पंडितजी

रा.वा. शेवडे गुरुजी

मेहता पब्लिशिंग हाऊस

Please contact us at **Mehta Publishing House Pvt. Ltd., Pune.**
Email : **production@mehtapublishinghouse.com**
Website **: www.mehtapublishinghouse.com**

- **PANDITAJI**
  by R.V. Shevade Guruji
- **पंडितजी** / कुमार साहित्य
  रा.वा. शेवडे गुरुजी

- संस्थापक : सुनील अनिल मेहता
- प्रकाशक : मेहता पब्लिशिंग हाऊस प्रा. लि.,
  १९४१, सदाशिव पेठ, माडीवाले कॉलनी, पुणे – ४११०३०.
  ✆ ०२०-२४४७६९२४
  E-mail : production@mehtapublishinghouse.com
  Website : www.mehtapublishinghouse.com
- मुद्रक : श्री मुद्रा
- प्रथमावृत्ती : सप्टेंबर, २०१७ । पुनर्मुद्रण : नोव्हेंबर, २०२४
- मुखपृष्ठ व आतील चित्रे : देविदास पेशवे
- किंमत : ₹ १५०
- P Book ISBN 9789386745477

वंचित मराठी बालके

आणि

साक्षर ग्रामीण प्रौढ

यांना अर्पण

आम्ही नेहरू मंडळी मूळची काश्मीरची. आजोबा गंगाधरजी दिल्लीला पोलिस अधिकारी होते. वडील मोतीलालजी. त्यांना वडिलांचे सुख कधी मिळालेच नाही. कारण, आजोबा वारले तेव्हा वडील आईच्या पोटातच होते. काकांनी त्यांचा सांभाळ केला.

वडील अतिशय हुशार. वकिलीच्या परीक्षेत त्यांचा पहिला नंबर आला होता. त्यांची वकिली चांगली चाले. अमाप पैसा त्यांना मिळत होता. त्यांची राहणीही तशीच विलासी. कुणाकडूनही त्यांनी बोलून घेतले नाही. ते म्हणत, 'स्वत: मिळवतोय आणि खर्च करतोय, मग कुणाच्या पोटात दुखलं, तर त्याला मी काय करू?' मोठमोठे गुंतागुंतीचे खटले त्यांनी जिंकले.

त्यांची कीर्ती ऐकून आलेल्या इंग्लंडमधल्या एका श्रीमंत विधवा बाईचा खटला त्यांनी जिंकून दाखविला. संपूर्ण खटला चालला असताना वडील गप्पच होते. कोर्टाने निकालही दिला. अपराधी निर्दोष सुटला.

माझे वडील त्याच्याजवळ गेले आणि त्याला म्हणाले, "बाबा रे, एकदा सुटलास. पुन्हा असं करू नकोस."

अपराधी हळूच उद्गारला, "महाराज, एकदा पचलं. पुन्हा असं करायला मी काय वेडा आहे?" एवढ्या एका कबुलीजबाबावर त्यांनी सर्व खटला उलटवून अखेर जिंकून दाखवला.

पिताजी जसे हुशार तसे रागीट. कठोर शिस्तीचे भोक्ते. त्यांना न विचारता मी एकदा त्यांच्या टेबलवरील पेन घेतले आणि नाकबूल केले. या अपराधासाठी त्यांनी मला छडीने इतके बडवून काढले, की जर नोकर मध्ये पडला नसता तर माझी काय अवस्था झाली असती, सांगणे कठीण! पिताजींकडे मोठ्या मोठ्या लोकांची नेहमी ये-जा होती. मग तो गव्हर्नर असो, न्यायाधीश असो, नाही तर विद्वान पंडित असो.

राहता बंगला अपुरा वाटू लागल्यावर १९०० मध्ये त्यांनी आनंदभवन इमारत खरेदी केली. त्या वेळी मी दहा वर्षांचा होतो. इमारत कसली ती, राजवाडाच तो! किती खोल्या! तीन बाजूला बागा आणि पाठीमागल्या बागेत पोहण्याचा तलाव.

भव्य आदरातिथ्य करणे, हा माझ्या पिताजींच्या अंगातील मोठा गुण. त्यांच्या आदरातिथ्याने काळेच काय, पण गोरेदेखील दिपून जात. पिताजी वरचेवर युरोपला जात आणि खूप चांगल्या वस्तू विकत आणत असत. पुष्कळ वस्तू दिवाणखान्यात सजवून ठेवत, तर काही भेटीदाखल देऊन टाकत.

१८८९ मध्ये माझा जन्म झाला. मी दहा वर्षांचा असताना स्वरूपा झाली, तर सतराव्या वर्षी कृष्णा, पहिली दहा वर्षे माझे लाड झाले. दोन्ही बहिणी आल्या; पण माझ्या लाडात कुठे खंड पडला नाही.

मला पिताजींनी तीन चाकी सायकल घेऊन दिली होती. मला तिच्यावर बसणे फार आवडत असे. स्वयंपाकघरापासून ते बागेच्या फाटकापर्यंत माझी सायकल सर्वत्र फिरत असे. मी हट्ट धरला तर रपेट करायला एक तट्टूदेखील मिळाले. एकदा गंमतच झाली. मला पाडून तट्टू रिकामेच परतले. केवढी घबराट, विचारूच नका.

मी शाळेत गेलोच नाही. हिंदी व संस्कृत शिकवायला विद्वान ब्राह्मण येत, तर फर्डिनंड ब्रुक्स इंग्रजी शिकवीत. ब्रुक्स एक तरुण शिक्षक असूनही शिकविण्याच्या कलेत हुशार होते. त्यांनी मला इंग्रजी वाङ्मयाची गोडी लावली. पुढे मी इंग्रजी कादंबऱ्या, रहस्यकथा व शास्त्रीय ग्रंथही वाचू लागलो. स्कॉट, डिकेन्स, एच.जी.वेल्स हे माझे आवडते ग्रंथकार.

बागेतल्या तलावात पोहणे मला आवडत असे. क्रिकेट, टेनिसमध्येसुद्धा मी थोडीशी प्रगती केली होती.

इंग्लंडला मला शिकायला ठेवण्याचा वडिलांनी विचार केला. माझ्या पंधराव्या वर्षी बोटीने आम्ही सर्वच कुटुंबीय इंग्लंडला गेलो. 'हॅरो' या प्रसिद्ध पब्लिक स्कूलमध्ये माझे नाव घालण्यात आले. प्रारंभी मला घरची फार आठवण येई. त्यामुळे रात्रीची झोप उडे.

शाळेच्या सर्व उपक्रमांत मी भाग घेत असे. त्यामुळे दिवसभरात कधी रिकामा वेळ मिळतच नसे. थकून गेल्यावर गाढ झोप येत असे. त्यामुळे घरची आठवण कमी होऊ लागली.

मी इंग्रज नाही, म्हणून मला वेगळी वागणूक इतर विद्यार्थ्यांकडून मिळत असे. पण काही विषयांत, विशेषत: सामान्यज्ञानात त्यांच्यापेक्षा मी सरस असल्याने मी त्यांना किंमत देत नसे.

१९०६ मध्ये इंग्लंडमध्ये नवे सरकार निवडून आले. त्याची सर्व माहिती वर्गात मी एकटाच देऊ शकलो. विविध खेळांच्या स्पर्धांत भाग घेऊनसुद्धा परीक्षेत मी चांगल्या रीतीने पास झालो. बक्षिसेही दोन-तीन वेळा मी मिळविली. हे मी माझ्या वडिलांना कळवले, तेव्हा ते आनंदाने नाचले म्हणे!

'हॅरो' माध्यमिक शाळा होती. मग मी 'ट्रिनिटी' कॉलेजमध्ये प्रवेश घेतला. इंग्लंडचे आठ पंतप्रधान याच कॉलेजमध्ये शिकलेले होते.

कॉलेजमध्ये मला खूप गोष्टी शिकायला मिळाल्या. काही शास्त्र विषयांचा मी अभ्यास केला. मुख्य म्हणजे विविध विषयांवर चर्चा करायला मिळाल्या. त्यातून मला एक नवी आणि विशाल दृष्टी आली.

जीवन सुखासुखी जगण्यासाठी नसते, हे मला प्रथम तिथे कळले. भारतातील फारशा बातम्या आम्हाला कळत नसत. माझ्या शिक्षणात अडथळा नको म्हणून वडील आपल्या पत्रांतून काही कळवीत नसत.

भारतातील राजकीय लढ्यांची बातमी कुणीतरी सांगत, तेव्हा माझे मन अस्वस्थ होत असे.

रशिया आणि जपानचे युद्ध सुरू झाले. जपान विजयी होऊ लागले. पारतंत्र्यात खितपत पडलेला सारा आशिया बंधमुक्त झाला पाहिजे असं मला सतत वाटत होतं. मी काही मंडळांचे सभासदत्व घेऊन राजकीय चर्चांत भाग घेऊ लागलो. मी वडिलांना तसे कळवले. त्यांना अतिशय आनंद झाला.

मी सुट्टीत भारतात येऊन परत इंग्लंडला जात असे. मी पदवी परीक्षा दिली आणि कॉलेज बदलून कायद्याचा अभ्यास सुरू केला. त्या वेळी आपल्या स्वातंत्र्यासाठी इंग्लंडबरोबर आयर्लंड कशी झुंज देत आहे, हे सविस्तर वाचायला आणि ऐकायला मिळाले.

त्याच सुमाराला बर्फावर खेळता खेळता एका जीवघेण्या अपघातातून मी बचावलो.

ooo

शिक्षणाचा सात वर्षांचा इंग्लंडमधील काळ संपवून मी मायदेशी परत आलो. वृत्तपत्रे वाचून मी भारतातील राजकीय परिस्थितीची माहिती घेऊ लागलो.

जहाल-मवाळ असे दोन पक्ष पडले होते. मवाळ लढायला तयार नव्हते. जहालांना चिरडून टाकण्याचा ब्रिटिश सरकार प्रयत्न करीत होते. टिळकांना तुरुंगात डांबले होते. भारतीय राष्ट्रीय काँग्रेस पूर्णपणे मवाळांच्या ताब्यात होती.

मला राजकारणाची गोडी आणि त्यात वडिलांचे प्रोत्साहन. बंकीपूरच्या १९१२च्या काँग्रेस सभेला मी हजर राहिलो. मला ती सामाजिक परिषदच वाटली. सभासदांचा पोशाख, सगळ्यांचे इंग्रजीत बोलणे आणि राजकीय प्रश्नांपेक्षा गप्पागोष्टींत आणि मस्त खाण्यापिण्यात वेळ दवडणे. मला त्यांची घृणाच आली. माझ्या मनात थोडीशी निराशा

पसरली.

मी वकिलीची सनद घेतली. काम करू लागलो. यश आणि पैसा मिळू लागला, पण त्यात रस वाटेना. खंत लागून राहिली, की आपले जीवन व्यर्थ जात आहे.

परकीय सत्तेविरुद्ध लढले पाहिजे याची जाण मवाळ पुढाऱ्यांना नव्हतीच मुळी. मवाळांचे पुढारी गोखले. आदर्श, त्यागी समाजसेवक; पण भीक मागून स्वातंत्र्य मिळत नाही हे त्यांना कधी कळलेच नाही.

त्याच वेळी १९१४चे पहिले महायुद्ध सुरू झाले. जर्मनीने फ्रान्सवर स्वारी केली. मला फ्रान्सबद्दल सहानुभूती होती. या युद्धाशी आपला काही संबंध नव्हता, पण ब्रिटिशांनी भारताला युद्धात गोवले. अनेकांनी आपल्या निष्ठा जाहीर केल्या. आपल्या मदतीच्या मोबदल्यात ब्रिटिशांनी आपल्याला स्वातंत्र्य द्यावे, असे मला वाटत होते; परंतु ब्रिटिश आपल्या मनाचा थांगपत्ता लागू देत नव्हते. मात्र मदतीची याचना भरघोसपणे करीत होते.

टिळक तुरुंगातून सुटले. चळवळीला जोर आला. ॲनी बेझंटनी मर्यादित स्वराज्य म्हणजे 'होमरूल' मागितले. त्यांना अटक झाली. मवाळ खवळले. पिताजी मवाळ होते.

तसे स्वभावाने ते बंडखोर. पुढे ते प्रखर देशभक्त झाले. वडिलांची श्रद्धा चर्चेवर तर माझी श्रद्धा कार्यावर. नकळत श्रीमंतांची बाजू वडिलांकडून घेतली जाई, तर गरीब जनतेची माझ्याकडून.

सभेत भाषण करायला मला भीती वाटे. इंग्रजीत बोलणे मला जमत असे, पण आवडत नसे. १९१५ मध्ये मी पहिले भाषण केले.

सर सप्रूंनी माझे अभिनंदन केले; कारण त्यांना ते भाषण फार आवडले होते.

वडील मवाळ आणि मी जहाल. घरातच संघर्ष सुरू झाला होता. आम्ही दोघे विचारांचे पक्के. चर्चा करताना वडिलांची भाषा प्रौढ आणि प्रगल्भ होती. मला भाषा आवडे, मते नाहीत.

महात्मा गांधींचे नाव माझ्या कानांवर यायला १९१८ साल उजाडले. गांधींचे विचार आणि आचार म्हणजे मला एक गूढ वाटत होते. तरी नकळत मी आणि पिताजी गांधीजींकडे खेचले जात होतो.

ooo

१९१६ साल उजाडले. मी सत्तावीस वर्षांचा होतो. माझ्या लग्नाची चर्चा सुरू झाली. दिल्लीच्या कमला कौल या रूपवती आणि गुणवती मुलीशी माझे लग्न लागले. तिच्याशी राजकीय विषयांवर मी नेहमी चर्चा करीत असे. मला लवकरच जाणवले की मला योग्य अशीच माझी पत्नी आहे. वर्षभरातच आम्हाला कन्यारत्न झाले. घरचे सर्व तिला 'इंदिरा' म्हणत, तर मी 'प्रियदर्शिनी' म्हणत असे, कारण ती फार सुंदर होती.

कमलाने संधी मिळताच आपण शूर पत्नी आहोत, हे सिद्ध केले. तिने लढ्यात भाग घेतला. तुरुंगवास पत्करला. स्वयंसेवकांच्या संघटना उभारल्या. छोटी इंदू आईसारखीच. तिने वानरसेना उभारली. भूमिगत देशभक्तांना निरोप देण्याची कामे केली. शालेय शिक्षण कमलाने कधी घेतले नव्हते. कुणीतरी घरी लग्नापूर्वी शिकवायला येत असे. तशी कमला सनातनी वळणाची, पण माझ्या सान्निध्यात ती मनापासून सुधारक बनली. ती विनयशील आणि लोभस होती. अनोळखींपुढे तिचे तोंड बंद; पण एकदा परिचय झाला की गप्पागोष्टींचा महापूर आणि हास्यविनोदांचा धबधबाच!

राजकीय चळवळीत मी अधिकाधिक ओढला गेलो. कमलाशी निवांत भेट कमीच होत असे, पण तिने कधी तक्रार केली नाही. माझ्या कार्याची आणि प्रवृत्तीची तिला पुरेपूर जाण होती.

काही काही वेळेला एकत्र काम करण्याची संधी आम्हाला मिळाली. त्या वेळी कमलात एक नवा उत्साह संचारला आहे, हे स्पष्ट दिसे. मी मिठाच्या सत्याग्रहात भाग घेतला. तुरुंगात गेलो. पुढचा लढा कमलाने चालविला. स्त्रियांच्या सत्याग्रहींची एक पलटणच तिने उभारली.

तशी कमला प्रकृतीने नाजूक. उपचारांसाठी मी तिला युरोपात पाठविले. तिथे तिची प्रकृती अधिकच बिघडली. मला तुरुंगातून मुक्त करण्यात आले. मी तिला भेटलो. 'सरकारची माफी मागून तर मी आलो नाही ना?' हा प्रश्न कमलाने प्रथम केला. मला कौतुक वाटले. कमलाची प्रकृती मध्येच बिघडे, मध्येच सुधारे.

मी माझ्या कामात अधिकाधिक गुंतून जाऊ लागलो. दुसऱ्यांदा लोकांनी मला काँग्रेसचा प्रेसिडेंट म्हणून निवडून दिले. १९३६ साल होते. स्वित्झर्लंडला थंड हवेच्या ठिकाणी मी कमलाला घेऊन गेलो. कमलाची प्रकृती पाहून माझे तिथून पाऊल निघेना. फेब्रुवारीच्या २८ तारखेला माझी कमला मला सोडून गेली. इंदू माझ्याबरोबर होती. कमलाच्या

विरहाचा एक अनोखा, मनाला व्याकूळ करून सोडणारा अनुभव मी घेतला. कामात माझा वेळ जात होता, म्हणूनच हा धक्का मी सहन करू शकलो.

०००

कमलाच्या विरहाने मला एकाकी वाटत होते, पण कामाने ती उणीव भरून निघत होती. याच वेळी महात्मा गांधीजींशी दृढ परिचय झाला. मी विवेकी आणि गांधीजी धर्मनिष्ठ, साधे राहणारे आणि विचाराने उच्च, निर्मळ. त्यांचे जीवन आणि गरिबांबद्दलची तळमळ पाहिल्यावर मला वाटायचे, बुद्धच नव्याने जन्माला आला आहे. गांधींनी सामान्यांतून असामान्य वीर निर्माण केले.

आम्ही गांधीजींना बापू म्हणत असू. ते आमच्या घरी आले आणि आम्ही सारे 'गांधीमय' झालो. पिताजींची व त्यांची गाढ मैत्री जमली. माझा उल्लेख तर ते आपला शिष्य म्हणूनच करीत.

त्यांनी आफ्रिकेत अचाट कामगिरी केली होती. तिने आम्ही दिपलो. टिळकांच्या

अंत्यसमयी आम्ही मुंबईस गेलो. गांधीजींकडे पाहून टिळक उद्‌गारले, ‘या माणसाच्या हाती देश सुरक्षित आहे!’

गांधींजींच्या विचारात, चिंतनात आणि कृतीत सुसूत्रता होती. सत्य त्यांचा देव होता. अहिंसा त्यांचे शस्त्र होते. पटेल तसे वागण्यास ते घाबरले नाहीत. हक्कांसाठी लढायला त्यांनी शिकविले. जनतेची तुरुंगाची भीती मोडली. ते वृत्तीने मवाळ वाटत; पण त्यांनी लोकांना सतत जहाल कार्यक्रम दिला. बहिष्कार व असहकार हा भाग त्यातीलच. त्यांच्या शुद्ध जीवनामुळे, आम्ही त्यांना महात्मा म्हणू लागलो.

गांधीजींमुळेच पिताजी साधे जीवन जगू लागले. मला ते ‘भारताचा लाल’ म्हणत, ते चळवळ सुरू करीत व कुठे दोष आढळला की एकदम माघार घेत. हे मला खटकत होते.

पहिले महायुद्ध संपले. ब्रिटिशांनी आपल्याला काहीच दिले नाही. नव्यानव्या जुलमी कायद्यांमध्ये त्यांनी आपल्याला अडकविण्याचा प्रयत्न केला. गांधींनी सत्याग्रह सुरू केला. ब्रिटिशांनी प्रतिकार सुरू केला. जालियनवाला बागेत तर कहरच झाला. आम्ही तिथे

गेलो. गांधीजींनी अहवाल तयार केला. डायरला शिक्षा झाली.

१९१९ला अमृतसरला काँग्रेसचे अधिवेशन भरले. गांधीजींनी तिथे केलेले पहिले भाषण, परिणामकारक तितकेच लढाऊ, कार्यक्रमांना महत्त्व देणारे.

१ ऑगस्ट, १९२० रोजी टिळकांचे निधन झाले. त्याच वेळी असहकाराचे रणशिंग गांधीजींनी फुंकले- आम्ही त्यात भाग घेतला.

आई व पत्नी यांच्या आजारामुळे मी त्यांना घेऊन मसुरीस गेलो. तिथे मला भेटण्यासाठी अफगाण नेते यायचे होते; पण मी त्यांना भेटू नये, म्हणून चोवीस तासांत मसुरी सोडून जाण्याचा माझ्यावर हुकूम बजावण्यात आला. मी अलाहाबादला परतलो.

सावकारी व जमीनदारी यांत भरडल्या जाणाऱ्या संयुक्त प्रांताच्या शेतकऱ्यांनी आपली गाऱ्हाणी मला सांगितली. मी त्यांची एकजूट केली. त्यांच्या पाठीशी उभा राहिलो. त्यांची अस्मिता जागी केली. त्यांना राष्ट्रीय जीवनाच्या प्रवाहात सामील करून घेतले. तसे करताना मी अनेक भाषणे दिली. आत्मविश्वास आला. मी परिणामकारक बोलू लागलो.

असहकार फोफावला, यशस्वी झाला. जे जे परकीय ते ते आम्ही सोडले. अनेकांनी शाळा, कॉलेजेस, नोकऱ्या सोडल्या. राष्ट्रीयत्वाला जोर चढला.

१९२१ मध्ये बादशहाचा ज्येष्ठ पुत्र प्रिन्स ऑफ वेल्स भारतभेटीवर आला. त्याच्या भेटीसभेवर बहिष्कार घालण्याचे ठरले. एका कार्यक्रमात नेता म्हणून मला अटक झाली. चळवळ वाढली. प्रचंड प्रमाणात लोकांनी तुरुंगवास पत्करला. याच वेळी बिहारमधील 'चौरीचोरा' खेड्यातील शेतकऱ्यांनी उठाव करून पोलीस चौकी जाळली. सहा पोलीस होरपळून मेले. गांधींजींनी चळवळच मागे घेतली.

मी त्या वेळी तुरुंगात होतो. मला निर्णय आवडला नाही. माझ्याप्रमाणेच इतर पुढाऱ्यांची मन:स्थिती होती.

माझी सुटका झाली. मी त्यांना भेटायला अहमदाबादला गेलो; पण तिथे त्यांना अटक झाली. तुरुंगातून गांधींजींनी उत्तरे दिली. आमची मने हेलावून गेली, अगदी न्यायमूर्तींचे मनसुद्धा. मला विरोधाचा पश्चात्ताप झाला.

मी अलाहाबादला परतलो. मला अटक झाली. परदेशी कापडाच्या 'होळी' प्रकरणात मला अठरा महिन्यांची शिक्षा झाली.

सरकारने नव्या सुधारणा जाहीर केल्या. आमच्यात फूट पडली. कुणी म्हणत मंत्रिमंडळे बनवा, कुणी म्हणत नको. मी गांधीजींच्या मागून गेलो. मंत्रिमंडळात भाषणे झोडण्यापेक्षा कृती मला पसंत होती. आम्ही एकमेकांवर टीका केली, पण गांधीजी आम्हा सर्वांचे दैवत होते.

मंत्रिमंडळात शिरलेल्यांचा भ्रमनिरास झाला. सर्वांची खात्री पटली. ब्रिटिश स्वराज्य देतील, स्वातंत्र्य कदापि नाही.

देशात गोंधळ माजला. मी तर अस्वस्थ झालो. सर्वांचे डोळे गांधीजींकडे लागून राहिले.

कमलाच्या आजारपणामुळे मी इंदूला घेऊन युरोपला गेलो. तिथं माझी मन:स्थिती काहीशी शांत झाली. या युरोपच्या सफरीत मी अनेक भारतीयांना भेटलो. फ्रेंच लेखक रोमा रोलाँ, जर्मन नाटककार अर्न्स्ट टॉलर यांच्या भेटी संस्मरणीय ठरल्या.

त्याच वेळी ब्रुसेल्समध्ये एक परिषद होती. त्या ठिकाणी मी भारतीय काँग्रेसचा प्रतिनिधी म्हणून हजर राहिलो. त्या परिषदेस 'सन् यत् सेन', 'हो ची मिन्ह' आले होते. आमच्यात मतभेद होते; पण सर्वांना आपला देश स्वतंत्र व्हावा, असे मनापासून वाटत होते. स्वातंत्र्याची चळवळ जगभर चालू होती.

तिथून मी रशियाला गेलो. क्रांतीतून तावून सुलाखून बाहेर पडलेला रशिया, एक नवीन जीवनपद्धती पत्करलेला रशिया. भारत-रशिया मैत्रीचे बीज माझ्या मनात या वेळी प्रथम रुजले, ते कायमचेच.

मी युरोपहून परतलो, ते काही नव्या कल्पना घेऊनच. १९२७च्या मद्रास काँग्रेसमध्ये मी संपूर्ण स्वातंत्र्याचा ठराव मांडला. अनेकांना तो आवडला नाही - गांधीजींनासुद्धा. बाकीचे पुढारी 'अंतर्गत स्वराज्या'चा विचार करीत होते. त्यांना वाटत होते, हे जवळजवळ स्वातंत्र्यच आहे. गांधीजी मला म्हणाले, "तू उतावीळ आहेस."

याच वेळी ब्रिटिशांनी 'सायमन कमिशन'ची नियुक्ती केली. भारत स्वराज्य उपभोगायला समर्थ आहे का, हे त्याला ठरवायचे होते; पण त्यावर कुणी भारतीय प्रतिनिधी नव्हता म्हणून आम्ही ते फेटाळले. 'सायमन परत जा' अशा आम्ही घोषणा दिल्या. लाठीमार, अटकसत्र सुरू झाले. लाला लजपतरायांना लाठ्या बसल्या. त्यातच त्यांचा अंत झाला. देशात संतापाची लाट उसळली. पुढे भगतसिंग, सुखदेव, राजगुरू यांनी त्याचा बदला घेतला.

काँग्रेसने पिताजींच्या नेतृत्वाखाली एक समिती स्थापन करून एक योजना तयार केली. ती सरकारने फेटाळली. तर सायमन कमिशनने तयार केलेली योजना आम्ही फेटाळली. एकूण कोंडी कायम राहिली.

१९२८ मध्ये कलकत्त्यास पिताजींच्या अध्यक्षतेखाली अधिवेशन भरले. तरुणांत व वृद्धांत मतभेद झाले. मी व सुभाषचंद्र एका बाजूस, ताबडतोब स्वातंत्र्य मागणारे तर गांधीजी व पिताजी 'सबूरीने घ्या' म्हणणारे. शेवटी तडजोड करण्यात आली. ब्रिटिशांना एक वर्षाचा अवधी देण्यात आला.

एक वर्ष लोटले. ब्रिटिशांकडून काहीच प्रतिसाद मिळाला नाही. लॉर्ड आयर्विनने वाटाघाटींचा घोळ सुरू केला. अंतर्गत स्वराज्य द्यायलाही तो तयार नव्हता.

लाहोरला काँग्रेस सभा भरणार होती. अध्यक्ष म्हणून माझी निवड झाली. माझ्या निवडीबद्दल गांधीजींनी आग्रह धरला. सांगायला संकोच वाटतो. माझ्याबद्दल ते म्हणाले होते, "शौर्य आणि देशभक्ती यांत याचा हात धरणारा दुसरा कुणी नाही. सर्व नेत्यांत हा द्रष्टा आहे, तितकाच नम्रही आहे. याच्या हाती देश सुरक्षित आहे."

त्या वेळी मी चाळीस वर्षांचा होतो. माझे भाषण सर्वांना आवडले, हे मी टाळ्यांच्या कडकडाटावरून ओळखले. मी म्हणालो होतो,

"मी समाजवादी आहे, लोकशाहीवादीही आहे. मी राज्यांना जुमानत नाही आणि कारखानदारांना, भांडवलदारांना जुमानत नाही. मला स्वातंत्र्य श्रीमंतांसाठी नको तर गरिबांसाठी हवे आहे. लोकहो, धाडसी बना, कृती करा."

३१ डिसेंबर, १९२९ रोजी मध्यरात्री मी संपूर्ण स्वातंत्र्याचा ठराव मांडला व प्रचंड घोषणांत तो पास झाला.

त्या दिवशीचा तो क्षण ऐतिहासिक होता, हेच खरे!

ooo

आम्ही स्वातंत्र्याची शपथ घेतली. कृती कार्यक्रम हवा होता तो गांधीजींजवळ तयार होता - 'मिठाचा सत्याग्रह.'

ठिकठिकाणी मिठाचे सत्याग्रह सुरू झाले. १२ मार्च, १९३० ला गांधींजींची दांडीयात्रा सुरू झाली. मी म्हणालो,

"आता ही यात्रा स्वातंत्र्यप्राप्तीपर्यंत चालूच राहील; थांबणार नाही."

स्त्रियांनी मोठ्या संख्येने भाग घेतला. धरपकड, लाठीमार यांना ऊत आला; पण जनतेने लढा बंद पडू दिला नाही.

व्हाइसरॉयनी वाटाघाटी सुरू केल्या. पिताजींना व मला सोडून देण्यात आले. पिताजी

सविनय

अहमदाबादला आले. मला पुन्हा अटक करण्यात आली. पिताजी आजारी पडले. मला सोडून देण्यात आले. मी व बापूजी पिताजींच्या बिछान्याजवळ बसून राहिलो. मसुरीहून लखनौला नेत असता पिताजींचे निधन झाले. गांधीजींना सच्चा मित्र हरपल्याचे दुःख झाले. मला जाणवले, 'मी अगदी आता एकटा आहे.'

पिताजी संपन्न जीवन जगले. नंतर शाही जीवन त्यांनी सोडले. त्यांनी दुःखमय जीवन पत्करले. ते देशभक्त होते. त्यांनी आपला वाडा 'आनंदभवन' देशाला अर्पण करून टाकला. त्याला 'स्वराज्यभवन' नाव दिले. आपल्या कुटुंबीयांसाठी त्यांनी नवे घर बांधले. त्याला आता यात्रेचे स्वरूप आले आहे. गांधीजी म्हणतात, ''मोतीलालनी देशाला सर्वस्व दिलं, त्यात जवाहरलाल ही सर्वांत मोठी देणगी.''

लंडनमध्ये सरकार आणि मवाळ यांच्यात वाटाघाटी झाल्या. तीच पहिली गोलमेज परिषद. आम्ही तिच्यावर बहिष्कार घातला. गांधीजींबरोबर व्हाइसरॉयनी करार केला. 'गांधी-आयर्विन करार' - करार कसला, तहच तो. दुसऱ्या गोलमेज परिषदेला गांधी प्रतिनिधी म्हणून हजर राहिले. साध्या वेषात गेले. त्यांनी स्फोटक भाषणे केली; पण ब्रिटिशांना काही द्यायचेच नव्हते. परिषद मोडली. गांधी निराश झाले. पण मवाळांनी दोष

मला दिला. पण सरकारला काही द्यायचेच नव्हते. संयुक्त प्रांतातील शेतकऱ्यांच्या आंदोलनाचे मी पुढारीपण केले. मला अटक झाली. लंडनहून गांधी आले. त्यांना समजले, त्यांनाही अटक झाली.

मला भाषणबाजी आवडत नव्हती. मी कृतिप्रिय म्हणून मला वरचेवर अटक झाली. मी तुरुंगाची सर्व शिस्त पाळली. मलाही कुणीही त्रास दिला नाही, मनापासून मला वाचन-लेखनाची आवड. ते करायला मला वेळ तुरुंगातच मिळाला. मन पटकन एकाग्र होई. इंदिरेला पत्रे, जगाच्या इतिहासाची झलक, आत्मचरित्र इ. लिहिणे हा माझा आनंद होता. ती लोकांना आवडली. कुणीतरी जगातल्या सहा इंग्रजी लेखकांत माझी गणना केली.

'भारताचा शोधबोध' हे पुस्तक मी अहमदाबादच्या तुरुंगात असताना लिहिले. माझे माझ्या भारतावर व भारतीयांवर प्रेम आहे, म्हणूनच हे लेखन माझ्या हातून घडले. गांधीजी आणि पिताजी यांच्यापासून मी कष्टांची सवय लावून घेतली. श्रम हीच लक्ष्मी, 'आराम हराम है' असे यामुळेच मला वाटते.

ooo

दडपशाहीने जोर धरला होता. चळवळ मंदावली होती. मी आणि गांधीजी सतत तुरुंगाच्या आत-बाहेर राहत होतो.

सरकारने जाहीर केले. 'अस्पृश्य हे हिंदूंपासून वेगळे आहेत. त्यांना आम्ही वेगळा मतदार संघ देणार.' गांधींजींना हे कळताच त्यांनी तुरुंगातच आमरण उपोषण सुरू केले. गांधींजींना यश आले. सरकारने निवाडा मागे घेतला. अस्पृश्य हिंदूच आहेत हे मान्य केले. 'अस्पृश्यता निवारण' हे गांधीजी आपले मुख्य कार्य मानू लागले. ते त्यांना 'हरिजन' म्हणू लागले.

बिहारला प्रचंड धरणीकंप झाला. शेकडो मेले. हजारो जखमी झाले. मी कलकत्त्यास होतो. बिहारला गेलो. कुचकामी सरकारी यंत्रणा पाहिली. कडाडून टीका केली. मला अटक झाली, खटला भरला. दोन वर्षांची शिक्षा झाली. मे महिन्यात डेहराडूनच्या तुरुंगात माझी बदली झाली. तेथील निसर्ग पाहून मी प्रसन्न होत असे. मला नवी ताकद मिळे. पुढे मला सोडण्यात आले.

मी युरोपला गेलो. तिथे मुसोलिनीने मला भेटण्यास बोलाविले. तो हुकूमशहा म्हणून मी गेलो नाही. स्पष्ट नकार दिला. मात्र येताना मी नवी दृष्टी घेऊन आलो. लखनौ

काँग्रेसच्या भाषणात मी त्याचा स्पष्ट उल्लेख केला. मी म्हणालो की, 'मुसोलिनीचा डोळा ब्रिटिश साम्राज्यावर आहे. हिटलरला युरोप गिळायचा आहे. चीनवर आक्रमण करण्याची संधी जपान घेत आहे. म्हणजे जग पारतंत्र्याच्या उंबरठ्यावर आहे. आपला स्वातंत्र्याचा लढा जागतिक स्वातंत्र्याचाच एक भाग आहे. एका देशात शांतता नसेल तर जगात शांतता नांदू शकत नाही. मी समाजवादी आहे. आर्थिक, सामाजिक, धार्मिक समतेचा मी भोक्ता आहे.'

अध्यक्ष म्हणून लोकांनी मला पुन्हा निवडून दिले. मी बुद्धिवादी दृष्टिकोन स्वीकारला. शास्त्रीय प्रगतीचा पुरस्कार करू लागलो.

राजकीय वातावरण तापू लागले. लोकांना जहाल कार्यक्रम हवा होता. लोकांनी हरिपूरला सुभाषचंद्र बोसना निवडून दिले. मतभेदामुळे त्यांनी राजीनामा दिला. त्यांनी देशाबाहेर सशस्त्र स्वातंत्र्यलढा दिला.

ooo

युरोपमध्ये युद्धाचे वारे वाहत होते. मी युरोपला गेलो, हिटलरने ऑस्ट्रिया जिंकला. मुसोलिनीने अम्बानियावर आक्रमण केले. झेकोस्लोव्हाकियाला व पोलंडला इंग्लंड मदत करू शकले नाही. ठिकठिकाणी लोकशाही संकटात होती. हुकूमशहांनी थैमान घातले होते. मी स्पेनमध्ये गेलो. लोकशाहीला पाठिंबा दिला. सारी युरोपची लोकशाहीप्रिय जनता मला मित्र मानू लागली. मी परत आलो. भारतीयांना जागतिक परिस्थिती समजावून सांगितली.

नंतर मी चीनला गेलो. तेथील लोकयुद्ध पाहिले. लोकांना सहानुभूती दाखविली. डॉक्टरांचे एक उपचारपथक मी चीनला धाडले. युरोपात युद्धाचा वणवा भडकला. चीनचा दौरा अर्धवट टाकून मी परतलो. ब्रिटिशांनी भारताला युद्धात ओढले. युरोपीय राष्ट्रे स्वतःच्या स्वातंत्र्यासाठी लढत होती. ब्रिटिशांना त्यांच्या साम्राज्याची चिंता होती. आम्ही सांगितले, 'आम्हाला स्वातंत्र्य द्या; मग तुमच्यासाठी लढू'. 'युद्ध संपेपर्यंत थांबा, मग विचार करू', असा सरकारने धोशा लावला.

युरोपचे युद्ध जगभर पसरले. जपानने मलाया, ब्रह्मदेश जिंकला. युद्ध भारताच्या सीमेजवळ आले. ब्रिटिशांना भारताच्या मदतीची गरज भासली. सर्व पुढाऱ्यांना त्यांनी मुक्त केले. क्रिप्स योजना आली. गांधीजींनी ती फेटाळली. भारताने प्रतियोजना सादर

केली. ती सरकारने फेटाळली. जपानी सैन्य केव्हा भारतात शिरेल, याचा नेम नव्हता. भारताला स्वातंत्र्य हवे होते; ते ब्रिटिशांना नको होते.

लढ्याची जय्यत तयारी सुरू झाली. गांधीजी अहिंसक मताचे. मी विरोधी मताचा. पत्रकारांनी फायदा घेतला. गांधी म्हणाले, "मतभिन्नता हा जिवंतपणा आहे. आम्ही एक आहोत. जवाहर माझा राजकीय वारस आहे." मी म्हणालो, "गांधी भारताचे हृदय आहेत." युरोपातील महायुद्ध संपले. नवीन व्हाईसरॉयची नेमणूक झाली. लॉर्ड वेव्हेल त्याचे नाव. त्याने सर्व पुढाऱ्यांना तुरुंगातून मुक्त केले आणि वाटाघाटी सुरू केल्या. त्यात गांधीजी होतेच. वाटाघाटींतून काही निष्पन्न झाले नाही. जीना म्हणत, 'मुस्लिम लीगच मुसलमानांची प्रतिनिधी.' आम्ही म्हणू, 'काँग्रेस अखिल भारताची प्रतिनिधी.'

पूर्वेकडे युद्ध सुरू होतेच. अमेरिकेने अणुबाँब तयार केला. हिरोशिमा आणि नागासाकी यांचा विध्वंस झाला. जपान शरण आले. युद्ध संपले. जगाला धक्का बसला. अमेरिकेने अणुबाँब तयार केला आणि प्रत्यक्षात उपयोगात आणलाही.

काँग्रेस पुढारी तुरुंगात होते. जनतेने उठाव केला. माझी खात्री झाली, स्वातंत्र्य जवळ आले आहे. जीनांनी फाळणीचा आग्रह धरला.

ब्रिटिशांनी तीन प्रतिनिधींची समिती नियुक्त केली. त्यांनी योजना आखली. ती सदोष

असल्यामुळे मुस्लिम लीगने मान्य केली नाही.

त्या वेळी काँग्रेसचा अध्यक्ष मी होतो. लॉर्ड वेव्हेलनी कार्यकारी मंडळाचे उपाध्यक्षपद मला दिले.

मुस्लिम लीगला व्हाईसरॉयनी निमंत्रित केले आणि दोघांचे मिळून सरकार स्थापन करण्याचे ठरले. मुस्लिम लीगने सहकार्य दिले नाही. अडवणूकच केली. घटना समितीवर मुस्लिम लीगने बहिष्कार घातला. वेव्हेलना हे आवडले नाही. १९४८च्या आत आम्ही भारताला स्वातंत्र्य देणार आहोत अशी घोषणा करून एका सेनानी व्हाईसरॉयची नियुक्ती करण्यात आली.

अखेर फाळणी झाली. १५ ऑगस्ट, १९४७ला हिंदुस्थान आणि पाकिस्तान अशी दोन सार्वभौम व स्वतंत्र राष्ट्रे निर्माण झाली. मुस्लिम लीगला जे हवे ते मिळाले. मात्र त्यांना पंजाब आणि बंगाल विभागून मिळाला.

गांधीजींचा फाळणीला विरोध होता; परंतु मी आणि माझे इतर स्नेही यांनी स्वातंत्र्य अधिक लांबणीवर पडू नये म्हणून फाळणी स्वीकारली.

जातीय दंगली उसळल्या. शेकडो मेले. हजारो जखमी झाले. जनता दुःखी झाली. हिंदू-मुसलमानांत कायमची कटुता आली.

१५ ऑगस्ट, १९४७ रोजी आपण भारतीय स्वतंत्र झालो. पहिला पंतप्रधान म्हणून माझा शपथविधी झाला. त्या वेळी मी अठ्ठावन्न वर्षांचा होतो. स्वातंत्र्याचे उत्साही वारे माझ्या रोमारोमांत भरून गेले होते.

जातीय दंगली उसळल्या. मुसलमानांचे कैवारी म्हणून गांधीजींचा खून झाला. राष्ट्राला धक्का बसला. देशाच्याच सेवेसाठी गांधीजी जगले आणि मेले. मी तर सुन्नच झालो. गांधींना जगाने श्रद्धांजली वाहिली.

पुढे एक घटना समिती बसविली गेली. तिने घटना तयार केली. २६ जानेवारी, १९५०ला भारत एक 'प्रजासत्ताक राष्ट्र' म्हणून जाहीर करण्यात आले.

राष्ट्रापुढे प्रचंड कार्य होते. निर्वासितांची सोय लावायची होती. भारतातील अल्पसंख्याकांना दिलासा द्यायचा होता. मिळालेल्या भूभागावर पाकिस्तान राजी नव्हते. त्याने टोळीवाल्यांच्या निमित्ताने काश्मीरवर आक्रमण केले. काश्मीरच्या राजाने भारतात सामील व्हायचे ठरविले. काश्मीरच्या मदतीसाठी भारताने काश्मीरात फौजा घातल्या.

भारताने पाकिस्तानी फौजांना सामर्थ्याच्या जोरावर मागे रेटले. अमेरिकेच्या मध्यस्थीने युद्ध थांबले. काश्मीरात रेषा आखण्यात आली. काश्मीरचा एक तृतीयांश भाग पाकिस्तानने गिळंकृत केला. तो त्याच्याकडेच राहिला. पाकिस्तानचा खटला युनोतच चालला. वाटाघाटींच्या घोळात तो अद्याप तसाच पडून राहिला. आक्रमक असूनही काश्मीरवर पाकिस्तान हक्क सांगत आहे, पण राजा आणि प्रजा यांच्या संमतीने काश्मीर भारतात विलीन झाले आहे, असे भारताचे म्हणणे.

मी अनेक वेळा जगप्रवास केला. जगाच्या इतिहासाचा आणि भूगोलाचा सखोल अभ्यास केला. भारताचे इतर राष्ट्रांशी संबंध कसे असावेत, याबाबत माझ्यावर साऱ्या भारताने जबाबदारी टाकली.

मी पंतप्रधान असताना परराष्ट्र खाते माझ्याकडे मुद्दाम ठेवले होते. जागतिक दृष्टिकोनातून भारत शूर आणि संपन्न व्हावा, याची काळजी मी घेतली. आफ्रिकेतील राष्ट्रांना मी सहानुभूती दाखविली.

टिटो आणि नासर यांच्या मदतीने मी गटनिरपेक्ष राष्ट्रांची संघटना बांधली. परराष्ट्र खाते माझ्याकडे असल्यामुळे जगातल्या सर्व राष्ट्रांबरोबर मी मैत्रीचे करार केले. परराष्ट्रांबरोबर मी केलेल्या मैत्रीचे फायदे उभयपक्षी झाले आहेत. प्रथम प्रथम माझ्या गटनिरपेक्ष आंदोलनाचा अमेरिका आणि रशियाने गैरसमज करून घेतला. पुढे त्यांना त्याचे महत्त्व पटले.

शस्त्रकपातीची जगात जरुरी आहे, हे मी आवर्जून सांगितले. शांततेसाठी मी आपल्या फौजा युनोच्या झेंड्याखाली पाठविल्या. ब्रिटन, फ्रान्स आणि इस्त्राईल यांनी इजिप्तवर हल्ला केला. मी त्यांचा धिक्कार केला. यासाठी इजिप्तची जनता माझी अत्यंत ऋणी आहे. पंतप्रधान या नात्याने मी अनेक देशांचा दौरा केला. सर्वत्र माझे प्रेमाने स्वागत झाले. मी चीन, रशिया, अमेरिकेत गेलो, तेथील लोकांनी माझे स्वागत केले. माझ्यावर प्रेम केले. माझ्याबद्दल कृतज्ञता व्यक्त केली. जगात शांतता असल्याखेरीज आपल्या देशात शांतता नांदू शकत नाही, हे प्रतिपादन करण्याचा मी सतत प्रयत्न केला. जे देश पारतंत्र्यात आहेत, त्यांच्या स्वातंत्र्यासाठी सक्रिय सहानुभूती दाखविण्याचे माझे धोरण होते. आफ्रिकेतील आणि आशियातील राष्ट्रांना अशा प्रयत्नांची आणि सहानुभूतीची अत्यंत आवश्यकता होती.

भारत स्वतंत्र झाला, तेव्हा चीनमध्ये यादवी होती. माओ विरुद्ध चँग कै शेक असा लढा होता. माओला रशियाची मदत होती तर चँगला अमेरिकेची. माओची सरशी झाली. चीनमध्ये साम्यवादी राजवट आली. तिला माझी सहानुभूती होती. मला वाटे, चीन व भारत सनातन देश; यांच्यात मैत्री असावी. चीनने तिबेटवर स्वारी केली. मला आवडले नाही. पराभूत दलाई लामा भारतात आला, याचा चीनला राग आला. सरहद्दीचे निमित्त काढून चीनने भारतावर स्वारी केली. चीन पूर्ण तयारीनिशी उतरला. भारत बेसावध होता. पंचशीलावर सह्या करणाऱ्या चीनने भारताच्या पाठीत खंजीर खुपसला होता. मी बाका प्रसंग ओळखला. जोरात तयारी सुरू केली. चीनने माघार घेतली.

त्याच वेळी कोरियात युद्ध सुरू होते. दक्षिण कोरिया विरुद्ध उत्तर कोरिया. दक्षिण कोरियास अमेरिका व उत्तर कोरियास रशिया मदत करीत होते. मी मध्यस्थीचा प्रयत्न केला. जगाला कौतुक वाटले. तीच स्थिती भारत आणि चीनमध्ये होती. तिथेही मी मध्यस्थीचे प्रयत्न केले.

आपण स्वतंत्र झालो; पण गरिबांच्या अन्न, वस्त्र, निवाऱ्याचा प्रश्न सुटला नाही तर या स्वातंत्र्याला अर्थ नाही. मी पंचवार्षिक योजनांची आखणी केली. राष्ट्रीय प्रयोगशाळा सुरू केल्या. पंजाबमध्ये भाक्रा-नांगल. ओरिसामध्ये हिराकूड, आंध्रमध्ये नागार्जुन सागर इ. धरणे बांधली. ब्रिटिशांच्या मदतीने दुर्गापूर, जर्मनीच्या मदतीने रूरकेला, रशियाच्या मदतीने भिलाई हे पोलाद कारखाने उभारले. सिंद्रीच्या खत कारखान्याने खतांची गरज भागविली आहे. तो इतरांना आदर्श ठरला.

मला सुचलेली एक नवी गोष्ट म्हणजे नियोजन. नियोजनाच्या अभावी गरीब अधिक गरीब व श्रीमंत अधिक श्रीमंत होण्याचा धोका असतो. मी स्त्री वर्गाकडे पुरेपूर लक्ष पुरविले. बचत करणे, कष्ट करणे व कष्टाचा मोबदला योग्य व ताबडतोब मिळणे गरजेचे असते.

आपला भारत शेतीप्रधान आहे, जमीनदारी हा शेतकऱ्यांच्या सुखी जीवनाच्या आड येणारा मोठा अडसर आहे, याची जाणीव असल्यामुळे मी जमीनदारी नष्ट केली.

आपल्या स्वातंत्र्यास आकार देण्याचे स्वातंत्र्य प्रजेला हवे. मी लोकसंपर्क कधी सुटू दिला नाही. भारतात अनेक धर्म, अनेक जाती, विविध पंथ आहेत, प्रादेशिक, भाषिक, आर्थिक समस्या आहेत. तरीसुद्धा सगळ्याच्या मुळाशी समान संस्कृतीने बांधलेले भारतीयत्व आहे. त्याची बैठक उदार व विशाल आहे.

आम्ही सर्वांना मतदानाचा हक्क दिला. त्यांना त्यांचे प्रतिनिधी निवडू दिले. देश पुढे न्यायचा असेल तर कष्ट, कार्यक्षमता व सहकार्य भावना यांची गरज असते, हे मी सतत सांगत गेलो.

लोकशाही केवळ वरच्या थरात उपयोगी नाही, तर ती खेड्यांपासून हवी म्हणून आम्ही ग्रामपंचायती स्थापन केल्या.

भारतासारख्या विशाल देशाचे पंतप्रधान होणे तितके सोपे नाही. मी तर त्या जागेवर सतरा वर्षे होतो. मी खूप काम करत असे. पहाटे चारपासून रात्री अकरापर्यंत काम चालत असे. ''नवभारत घडवायचा आहे ना? मग विश्रांती घेऊन कसे चालेल?'' असे मी सर्वांना सतत सांगत असे.

काँग्रेस अध्यक्ष मीच होतो. काँग्रेस आणि सरकार हातात हात घालून आम्ही काम करीत होतो. लोकसभेत, लोकांत, परदेशात मी सतत बोलत असे, ''देशावर देवासारखे प्रेम करा, एकजुटीने रहा, कष्टाला कंटाळू नका, आराम हराम आहे.''

मी पूर्ववयात शरीरप्रकृतीची काळजी चांगली घेतली. म्हटलं तर १९६२चा माझा आजार हा पहिलाच आजार. मी त्यातून उठलो. पुन्हा पूर्ववत कामाला लागलो. महात्मा गांधी माझे आदर्श होते. ते म्हणत, 'प्रत्येकाच्या डोळ्यांतील अश्रू आपल्याला पुसता आले पाहिजेत.' मी शेवटपर्यंत त्या प्रयत्नांत राहिलो.

मी जे काही केले ते एकट्याने नाही. त्यात माझ्या सहकाऱ्यांचा मोठा वाटा. सरदार पटेल, शास्त्रीजी, राजेंद्रप्रसाद, राजगोपालाचारी इत्यादींच्या समर्थ साहाय्यावाचून मी काय करू शकलो असतो? त्यांचा मी सतत ऋणी राहीन.

कामाने, गुंतागुंतीच्या प्रश्नांनी माझे शरीर हळूहळू दुबळे होत गेले. मला त्याची लवकर कल्पना आली नाही. कारण मनाच्या ताकदीवर, जिद्दीवर मी शरीराला राबवत होतो. तथापि उशिरा का होईना, माझ्या प्रकृतीची दुःस्थिती मी ओळखली. मी जसा गांधींचा वारसदार, तसा माझा निष्ठावंत, देशप्रेमी कार्यकर्ता सहकारी, लालबहादूर शास्त्री यांना बोलावून मी त्यांना बिनखात्याचे मंत्री केले. शास्त्रीजी मला म्हणाले,

"पंडितजी, म्हणजे मी कोणत्या खात्याचा मंत्री?"

"बिनखात्याचा, म्हणजे सर्व खात्यांचा. सर्व खात्यांच्या सर्व फाईल्स तुम्ही चाळायच्या, तुम्ही निर्णय घ्यायचे, फक्त जरुर तिथे सल्ला घ्यायचा."

"असं का म्हणता, पंडितजी?"

"मनुष्य कितीही जिद्दीचा असला, तरी निसर्गाविरुद्धची लढाई तो जिंकू शकत नाही."

"म्हणूनच म्हणतो-"
"काय म्हणतो?"
"तुम्ही आता विश्रांती घ्या आणि आम्ही कामे कशी करतो ते पाहा."

०००

पंडित जवाहरलाल नेहरूंच्या आज्ञेने शास्त्रीजी कारभार पाहू लागले. पंडितजींना आनंद झाला. ते काळजीमुक्त झाले. पंडितजींच्या पश्चात शास्त्रीजींची नियुक्ती झाली. आपल्या नियुक्तीवर शास्त्रीजींनी भाष्य केले, "माझी निवड पंडितजींच्या इच्छेनुसार झाली. त्यांना आणि ते ज्यांचे राजकीय वारसदार होते; त्या महात्मा गांधींना कमीपणा येणार नाही, असाच देशाचा कारभार मी चालवीन." पंडितजींच्या मृत्युपत्रात त्यांनी ज्या अपेक्षा व्यक्त केल्या होत्या, त्या पंचावन्न कोटी भारतीयांचा प्रतिनिधी म्हणून शास्त्रीजींनी पुऱ्या केल्या.

पंडित नेहरूंनी आपला जन्मदिन १४ नोव्हेंबर 'बालदिन' म्हणून साजरा करावा अशी इच्छा व्यक्त केली होती. तेव्हापासून नेहरू जयंतीला 'बालदिन' साजरा केला जातो.

आपला देश खेड्यांचा आहे. खेड्यातील लोक शिकलेले नाहीत; कारण ते गरीब आहेत. मग त्यांची मुले कशी शिकणार? आपल्या भारतातल्या एकूण मुलांच्या मानाने ८० टक्के मुले खेड्यांत आहेत. त्यांना सकस आहार मिळत नाही. अंगावर भरपूर कपडे मिळत नाहीत. त्यांची झोपडीवजा कौलारू घरे म्हणजे रोगराईला निमंत्रणच. त्यांना प्यायला स्वच्छ पाणी नसते. काही रोगराई झाली तर त्यांना धड औषधही मिळत नाही. शिक्षणाचे तर नावच नको. अशा वंचित मुलांच्या या गरजा भागविण्याकडे राष्ट्राचे लक्ष लागावे म्हणून हा 'बालदिन' आहे. या मुलांच्या गरजा भागविण्याच्या खूप योजना नेहरूंनी सुरू केल्या. म्हणजे मोफत पाळणाघरे काढली, बाल-आरोग्य केंद्रे काढली, मोफत शिक्षणाच्या शाळा काढल्या, मोफत सकस आहार देण्याची व्यवस्था केली. या बालदिनामुळे सरकारचे आणि श्रीमंत लोकांचे लक्ष अशा निराधार मुलांच्याकडे गेले. नेहरूंच्या कोटाला गुलाबाचे सुंदर फूल असते. नेहरूंना बागबगीचा म्हणजे फुले आवडत असत. हसऱ्या, टवटवीत फुलांप्रमाणे आपल्या देशातील सर्व मुले हसरी, टवटवीत म्हणजे बाळसेदार आणि बागडणारी असावीत, हे नेहरूंचे स्वप्न निम्मेशिम्मे प्रत्यक्षात उतरले आहे.

०००

पंडितजींच्या आठवणी

पंडित जवाहरलाल नेहरू, अध्यक्ष जॉन एफ. केनेडी यांच्या निमंत्रणावरून अमेरिकेला भेट देऊन परत आले. त्यांचे राष्ट्रसंघातील भाषण अत्यंत गाजले. 'मानवतेचा तारणहार', 'गांधीजींचा डोळस वारसदार', 'भांगेतील तुळस' अशा अनेक विशेषणांनी त्यांना गौरविले होते. निरोप देताना अध्यक्ष केनेडी पती-पत्नींचे हृदय भरून आले होते. निरोप देताना केनेडी एवढेच म्हणाले, ''आम्ही तुमचे मित्र आहोत. बोलके नव्हे तर कृतिशील. जरूर पडेल तेव्हा केव्हाही हाक द्या.''

चीनच्या आक्रमणाच्या वेळी पंडितजींनी हाक दिली आणि अवघ्या साडेतीन तासांत अमेरिकन शस्त्रास्त्रांची मदत भारतात येऊन ठेपली. पंडितजी अमेरिकेहून परत येताना युरोपमार्गे आले. रोममध्ये पोप पॉल यांचे दर्शन घेण्याची त्यांना इच्छा झाली. तसा त्यांनी

निरोप पाठविला. पंडितजी जॉन पोप पॉल यांच्याकडे गेले. पोपसाहेब आपल्या चर्चच्या दहा पायऱ्या उतरून खाली आले. त्यांनी पंडितजींना कडकडून मिठी मारली. पंडितजी ओशाळले. म्हणाले,

"आपण निम्म्या जगताचे धर्मगुरू आहात. आपण असं खाली उतरून नाही यायचं. मी वर येणारच होतो."

पोपसाहेबांचे डोळे भरून आले. ते म्हणाले,

"कृत्रिम मानापमानाच्या असल्या गोष्टी सोडून द्या. खरं सांगू मि. नेहरू...?"

"सांगा." पंडितजी नम्रपणे म्हणाले.

"आम्ही नुसता धर्म बोलतो; तुम्ही धर्म जगता."

पंडितजी अधिक ओशाळले.

दोघांत विश्वशांती आणि तिच्या मार्गातील अडथळे यांवर चर्चा झाली.

पंडितजी भारतात परतले. आपल्या दौऱ्याची यशस्वी फलश्रुती त्यांनी पत्रकारांना निवेदन केली. विमानतळावर त्यांच्या स्वागताला राष्ट्रपतींसह सर्व जण उपस्थित होते. पंडितजी निवासस्थानी परतले. तुंबलेल्या कामांचा अठरा-अठरा तास काम करून त्यांनी फडशा पाडला. त्यांचे एकनिष्ठ अनुयायी शास्त्रीजी आणि त्यांची लाडकी कर्तबगार कन्या इंदिरा प्रियदर्शिनी यांनी त्यांना मोलाची मदत केली.

चार दिवस जाहीर भाषणांचा लोकसंपर्क झाल्यावर आपण दोन दिवस विश्रांतीसाठी मसुरीस जात आहोत, असे त्यांनी जाहीर केले. कुटुंबीयांसह आणि एकनिष्ठ सेवकांसह पंडितजी मसुरीस गेले. पहाटे उठून फिरण्यास जाणे आणि निसर्गाच्या सान्निध्यात मनमुराद आनंद लुटणे, हा त्यांचा तेथील दिनक्रम असे. ते सकाळी फिरून आले. येताना त्यांच्या डोक्यात विचार घोळत होते,

- गरिबी वाढत आहे.
- काश्मीरचा प्रश्न मधूनमधून डोके वर काढीत आहे.
- केरळात काँग्रेस स्थिर होत नाही.
- बंगाल साम्यवाद्यांच्या आहारी जात आहे.

पंडितजींनी दहाच्या सुमारास जेवण घेतले आणि दिल्लीच्या मार्गाने 'अनोळखी' मोटारीतून कूच केले. ते राष्ट्रपती भवनात गेले. राजेंद्रजी स्नान आटोपून गीतापाठ करीत होते. त्यांच्या पत्नीने पंडितजींना आलेले पाहिले. राजेंद्रप्रसादांना हे कळताच त्यांनी गीतापाठ आटोपता घेतला.

KASHMEER

पंडितजींच्या मनात आलेल्या प्रश्नांवर दोघांत मनमोकळेपणाने चर्चा झाल्या. राजेंद्रबाबूंनी पंडितजींचे मन:पूर्वक अभिनंदन केले आणि सांत्वनही केले. राजेंद्रजी म्हणाले,

"काश्मीर युनोत नेऊन तुम्ही देशाला एका प्रचंड यादवीतून वाचविले आहे."

"काँग्रेस कार्यकर्ते लोभी झाले आहेत. संपत्तीसाठी ते सत्तेच्या मागे आहेत, म्हणून गरिबी वाढत आहे. लबाड व्यापारी आणि संपत्तीसाठी सत्तेच्या मागे लागलेले नकली काँग्रेसवाले यांच्यावर परिणामकारक अंकुश ठेवल्याशिवाय गरिबी कमी होऊ शकणार नाही."

"केरळमध्ये काँग्रेस स्थिर होऊ शकत नाही याची कारणे आर्थिक आहेत, राजकीय नाहीत. तेथील कमालीच्या दारिद्र्यावर आणि बेरोजगारीवर उपाय शोधून काढणे निकडीचे आहे."

"बंगाल साम्यवाद्यांच्याकडे झुकत आहे. त्याची चिंता करण्याचे कारण नाही; कारण त्यांच्या निष्ठा भारताशी नाहीत आणि त्यांना बाहेरून पैसा येतो, हे जनतेला समजून सांगितले तर साम्यवादी आपोआपच उघडे पडतील."

"पंडितजी, माझ्या मते भारताला खरा धोका अंतर्गत जातीयवादाचा, प्रादेशिक

वादाचा व भाषिकवादाचा आहे. मोठी मोठी विकासाची कामे काढून त्यात अनेकांना गुंतवून टाकले म्हणजे हेही संकट हळूहळू मागे पडेल.''

आपल्या डोक्यावरील ओझे दूर झाल्यासारखे पंडितजींना वाटले. राजेंद्रजी त्यांना म्हणाले,

''आता जेवण करूनच जा.''

''अवश्य. आज ते जेवण मला खूप गोड लागणार आहे.''

पंडितजींना घेऊन राजेंद्रबाबू जेवणाच्या खोलीमध्ये गेले. राजेंद्रजींच्या पत्नी स्वतः जेवण बनवीत होत्या. मुगाची खिचडी त्यांनी टाकली होती. मोड आलेल्या वाटाण्यांची उसळ करण्याच्या विचारात त्या होत्या आणि मोड आलेल्या हरभऱ्यांच्या आमटीत घालण्यासाठी त्या कोथिंबीर चिरत होत्या. खोबरे खवणून झाले होते. पंडितजी आणि राजेंद्रबाबूजी तिथे आलेले दिसताच त्या म्हणाल्या-

''पंडितजी, काही काळजी करू नका. दहा मिनिटांत जेवण तयार होईल.''

पंडितजींना विनोदाची लहर आली. ते म्हणाले,

''भाभीजी, अहो हे कसलं जेवण? हे वाटाणे आणि हरभरे म्हणजे घोड्याचं खाणं!''

समयसूचकता दाखवून राजेंद्रबाबू म्हणाले,

''अहो पंडितजी, आपण दोघांनी हेच खाणं खाल्लं पाहिजे; कारण आपल्या भारताच्या रथाचे आपण दोघे उमदे घोडे आहोत ना?''

राजेंद्रबाबूंच्या या विनोदावर त्यांच्यासकट पंडितजी मनमुराद हसले.

चिंता डोक्यात घेऊन आलेले पंडितजी चिंतामुक्त होऊन मसुरीस परत गेले.

ooo

एकदा पंडितजी ड्रायव्हिंगला बसले. रात्रीचे अकरा वाजायला आले होते. रस्त्यावर रहदारी नव्हती. पंडितजींनी गाडीची गती वाढविली. गाडीसमोर एक गाय आडवी आली. मडगार्डला थडकली. पंडितजींनी गाडी थांबविली. पूर्णिमाजींना आणि शास्त्रीजींना वाटले, मडगार्डला कुठे पोचा आलाय काय ते पाहायला पंडितजी उतरले असावेत. पण गाडी तशीच उभी करून ते गाईकडे गेले होते. गाईचे शिंग मोडले होते. गाईचा मालक शेजारी उभा होता. धार काढून दूध विकून तो घरी चालला होता.

गाडी अलाहाबादेत आली होती. आवाजाने दहा-बारा लोक जागे झाले. ते रस्त्यावर

आले. त्यांनी पंडितजींना व शास्त्रीजींना ओळखले. 'कुठं लागलं नाही ना?' अशी त्यांनी दोघांची व पूर्णिमाजींची चौकशी केली. 'काय मोकाट जनावरे सोडतात लेकाचे!' असे म्हणत एकाने गायवाल्याला तंबी दिली. पंडितजींनी शांतपणे त्याला त्याचे नाव विचारले. नाव सांगून थरथरत तो म्हणाला,

"अशी चूक पुन्हा होणार नाही."

गाडी आनंदभवनाजवळ आली. पंडितजींनी प्रथम लालबहादूर शास्त्रीजींना त्यांच्या घरी सोडले. नंतर ते आनंदभवनाला आले आणि नंतर श्रीमती पूर्णिमाजी आपली गाडी घेऊन घरी गेल्या.

त्या रात्री बारा वाजता झोपूनही पंडितजी चारला उठले. कामाला लागले. कामाकडे लक्ष लागेना. कधी एकदा सकाळ होते, असे त्यांना झाले होते.

एकदाची सकाळ झाली. आपल्या नोकराबरोबर गायवाल्याला गाईच्या उपचारासाठी त्यांनी तीस रुपये पाठवून दिले.

असे होते पंडितजी!

ooo

कल्याणीचे काँग्रेस अधिवेशन!

तरुणांनी गळ्यातील ताईत मानलेले गांधीजींचे लोकप्रिय वारसदार पंडित जवाहरलाल नेहरू अध्यक्ष होते.

कल्याणी म्हणजे कलकत्त्याचे उपनगरच. जगातील दाट लोकसंख्येचा प्रदेश म्हणजे गंगेचे खोरे. त्यात तिच्या मुखावर वसलेले कलकत्ता हे कारखानदारीचे शहर. तेथील लोकवस्ती दाट नसेल तरच नवल!

गजबजलेल्या शहरात पोटापाण्यासाठी आलेल्या कष्टकरी कामगारांची संख्या जास्त असते आणि तिथेच साम्यवादी आपले हातपाय पसरत असतात. कलकत्त्याचा त्याला अपवाद नव्हता.

कल्याणी अधिवेशनाला गर्दी होणार हे काँग्रेस कार्यकर्त्यांनी आधीच हेरले होते. पाच लाख श्रोते बसू शकतील, असा 'न भूतो न भविष्यति' मंडप उभारला होता. दुपारी तीनला अधिवेशनास प्रारंभ होणार होता. पाटण्याहून राजेंद्रबाबू आले होते, पेशावरहून सरहद्द गांधींनी आपली हजेरी लावली होती. कर्नाटकसिंह गंगाधररावजी आदल्याच दिवशी आले होते. रात्रीच्या गाडीने निघून मद्रासहून बुद्धिमंत व कल्पक राजाजी सकाळी दहा वाजता हजर झाले होते. त्यांनी आल्याबरोबर सुभाषचंद्रांची भेट घेतली. ते म्हणाले,

''बाबूजी, व्यवस्था कशी काय आहे?''

''अतिउत्तम! काळजीचं कारण नाही. पण–''

''पण काय बाबूजी?''

''दोन गोष्टींवर आपण सर्वांनी अधिक ध्यान देण्याची गरज आहे.''

''त्या कोणत्या?''

''एक, गर्दी अनावर होईल. अधिवेशन संपायला रात्रीचे आठ तरी वाजतील. रात्रीचा फायदा घेऊन–'' सुभाषबाबू अडखळले.

इतक्यात सरदार वल्लभभाई पटेल तिथे उपस्थित झाले. राजाजी त्यांना म्हणाले,

''सरदारजी, बाबूजींच्या मनात एक रास्त शंका आहे.''

''ती कोणती?'' सरदारानी विचारले.

''साम्यवाद्यांच्या भूमिकेची.''

''अहमदाबाद सोडल्यापासून मी या गोष्टीवर विचार करीत आहे. उठल्यासुटल्या रशियाला निष्ठा वाहिलेल्या या देशद्रोही साम्यवाद्यांना चांगला धडा शिकवायला हवा.''

“या खास अधिवेशनासाठी मी–” सुभाषबाबू सांगू लागले, “एक हजार कडव्या क्रांतिप्रेमी बंगाली तरुण युवकांची जागोजाग पेरणी केली आहे.”

“शाब्बास!” समाधानाने राजगोपालाचारींनी नि:श्वास सोडला.

“विजेच्या तारा तोडून अंधार करायचा. मग आपोआपच गोंधळ माजतो. गुंडांना फावते. गरीब लुटले जातात. स्त्रियांना स्वत:चे संरक्षण करताकरता नाकीनऊ येतात आणि अखेर राष्ट्रीय काँग्रेस बदनाम होते; परंतु या कलंकापासून दूर राहण्याचा आम्ही निश्चय केला आहे.”

मंडळी उठली. भोजनास गेली. भोजन आटोपले. अध्यक्षांची घोड्यावरून मिरवणूक काढायची म्हणून कार्यकर्त्यांनी पंडितजींना नेले.

भव्य मिरवणूक निघाली. कुणी फुले उधळली. कुणी मिठाई उधळली. कुणी पैसे उधळले. एकाने तर हजारांच्या नोटांचा हारच पंडितजींच्या गळ्यात घातला.

मिरवणूक संपली. सभामंडपात अलोट गर्दी झाली होती. अध्यक्षांना मंडपातून व्यासपीठाकडे येणे अशक्य झाले होते. मंडपाच्या पाठीमागून येऊन अध्यक्ष स्थानापन्न झाले. टाळ्यांचा प्रचंड कडकडाट झाला. लोक येतच होते. मंडपाच्या प्रवेशद्वारी त्यांची सोय करणे स्वयंसेवकांना अवघड होत होते; पण सर्व काही आटोक्यात होते.

स्थानापन्न झाल्याबरोबर सभामंडपातल्या विलोभनीय अशा प्रचंड उपस्थितीकडे पंडितजींनी पाहिले. त्यांचे डोळे कृतज्ञतेने भरून आले; पण कपाळावर चिंतेची एक आठी उमटल्यावाचून राहिली नाही.

व्यासपीठावरील सर्वच नेत्यांना अधिवेशन सुव्यवस्थित कसे पार पडेल, याची चिंता लागून राहिली होती; सर्वांना पंडितजींची काळजी वाटत होती. दंगा, धोका होईल या भीतीने पोलीस बोलाविण्याच्या विचारात काही होते; परंतु पंडितजींनी या कल्पनेला सक्त विरोध दर्शविला होता.

स्वागतगीत संपले. दूरवरच्या लोकांत मधूनमधून गोंधळ उसळत होता. शिस्तप्रेमी पंडितजींना तो गोंधळ रुचला नाही, खपला नाही. प्रास्ताविक करण्यासाठी बंगाल काँग्रेस कमिटीचे उपाध्यक्ष पुढे गेले. पंडितजींनी त्यांना रोखले आणि ते स्वत: माईकवर गेले. सर्वांना आश्चर्य वाटले. बरीचशी शांतता प्रस्थापित झाली. एवढ्या शांततेवर कार्यक्रम सुरू करण्यास काही हरकत नव्हती. परंतु पंडितजी माईकजवळ क्षणभर उभे राहिले आणि—

जणू त्यांनी गर्जना केली,

"बंधूंनो, मला तुमची परीक्षा घ्यावयाची आहे."

श्रोत्यांची उत्सुकता शिगेला पोहोचली. ते त्वरित उत्तरले,

"घ्या परीक्षा, आम्ही तयार आहोत."

पंडितजी म्हणाले,

"मग असं करा, सभामंडपाच्या मध्यभागी रस्ता होता, तो तुम्ही बंद केला आहे. तरी उजव्या बाजूच्या लोकांनी आपल्या डाव्या बाजूला न उठता बसूनच सरकावं. डाव्या बाजूच्या लोकांनी तसेच आपल्या उजव्या बाजूला सरकावं. हे सर्व शांतपणे झालं पाहिजे."

पंडितजींची आज्ञा शिरसावंद्य मानून श्रोते सरकू लागले आणि तीन मिनिटांतच बंद झालेला मधला रस्ता पूर्ववत तयार झाला.

पुन्हा पंडितजी म्हणाले,

"न उठता सर्वांनी थोडं थोडं पुढं सरकायचं आहे; कारण तुमचे असंख्य बंधू सभामंडपाबाहेर उन्हात उभे आहेत."

पंडितजींची हीसुद्धा आज्ञा श्रोत्यांनी व्यवस्थित पाळली. शांतपणे सर्व जण हळूहळू पुढे सरकले. उन्हात उभ्या राहिलेल्या प्रेक्षकांची बसण्याची व्यवस्था झाली.

पुन्हा पंडितजी माईकवरून म्हणाले,

"आता मी, तुम्ही बरोबर रस्ता केला आहे की नाही ते येऊन पाहणार आहे. मी येताना कुणीही उठायचं नाही. कुणीही माझ्या पायांना हात लावून नमस्कार करण्याचा प्रयत्न करायचा नाही. आणि हे सारं शांतपणे झालं पाहिजे. आपण भारतीय नागरिक शिस्त पाळू शकतो आणि म्हणून स्वतंत्र होण्यास आणि आपलं स्वातंत्र्य टिकविण्यास आपण लायक आहोत, हे आपणास दाखवून द्यायचं आहे."

पंडितजी व्यासपीठावरून चार पायऱ्या उतरून आले. ते मधोमधच्या रस्त्यावरून चालू लागले. जागेवर बसूनच लोक नमस्कार करीत होते. प्रेमभराने हात उंचावून नमस्कारांचा स्वीकार पंडितजी करीत होते. सभागृहाच्या पार दुसऱ्या टोकापर्यंत पंडितजी जाऊन आले. परत येताना व्यासपीठासमोर बसलेल्या एका उत्साही काँग्रेसप्रेमीने भावभराने उठून पुढे येऊन पंडितजींचे पाय पकडले. पंडितजींनी त्याला आपल्या दोन्ही हातांनी उचलून त्याच्या जागी बसविले.

पंडितजी व्यासपीठावर येऊन माईकपुढे उभे राहिले. ते समाधानाने म्हणाले,

"बंधूनो, मी तुमची परीक्षा घेतली. तुम्ही त्यात उत्तम प्रकारे उत्तीर्ण झाला आहात. फक्त आपल्या एका मित्राला भावनावेग अनावर झाला आणि त्यानं नियम मोडला."

याच्यावर पंडितजी काय बोलणार याची अटकळ अनेकांना बांधता आली नाही. पंडितजी बोलून गेले, "नियम सिद्ध होण्यासाठी एखादा अपवाद असावाच लागतो." सभागृहात मंदमधुर हास्याची खसखस पिकली.

पंडितजी अध्यक्षपदाच्या खुर्चीवर येऊन विराजमान झाले. नंतर सुभाषबाबूंचे अनुमोदनाचे भाषण झाले. नंतर वल्लभभाई पटेलांचे भाषण झाले.

अधिवेशन यशस्वीरीत्या पार पडले. गोंधळ माजविण्याचे साम्यवाद्यांचे मनसुबे अयशस्वी झाले.

पंडितजींच्या प्रारंभीच्या निडर समयसूचकतेने अधिवेशन शांततेने पार पडण्यास मोलाची मदत झाली.

ooo

चीनने आक्रमण केले. भारत बेसावध होता. प्रारंभी चीनला विजय मिळाला. परिस्थिती ओळखून पंतप्रधान पंडित नेहरूंनी दारूगोळ्याचे भारतीय कारखाने तिन्ही पाळ्यांना चालू ठेवले. पुढे आक्रमण केल्यास अवघड जाईल, अशी अटकळ बांधून चीनने माघार घेतली. पंचशील तत्त्वावर सही करणाऱ्या 'हिंदीऽ चिनी भाईऽ भाई' असे मिरवणुकांमधून गौरवून घेणाऱ्या चीनने दगाबाजी केली. पंडितजींनी आपल्या तयारीत खंड पडू दिला नाही.

इंग्लंडमधील शिक्षण संपवून, भारतात परत आल्या क्षणापासून पंडितजी आयुष्यभर सतत कष्ट, सतत दीन, दलित दुःखी देशबांधवांची चिंता वाहत होते!

पंडितजींना अर्धांगवायूचा झटका आला. उपचारांनी, पथ्य-पाण्याने आणि मनाच्या जिद्दीवर त्यांनी प्रकृती सावरली. पुनश्च ते कामात, कष्टांत मग्न झाले.

तथापि त्यांना परिस्थिती कळून चुकली होती. त्यांनी एकदा लालबहादूर शास्त्रींना बंगल्यावर पाचारण केले. शास्त्रीजींनी विचारले,

"पंडितजी, का बोलावणं केलंत?"

"तसंच महत्त्वाचं काम होतं म्हणून."

"मग बोला तुमचं काम!"

पंडितजींनी शास्त्रीजींना प्रायव्हेट चेंबरमध्ये नेले. नोकरास बाहेर जाण्यास सांगितले. ते म्हणाले,

"शास्त्रीजी, मी तुम्हाला मंत्रिमंडळात घेऊ इच्छितो."

"पण माझी गरज आहे काय?"

"फार फार आहे."

"एकदा रेल्वेमंत्री केलंत, ते गमावून बसलो. आता कोणतं मंत्रिपद गमावण्यासाठी तुम्ही मला मंत्री करणार आहात?"

पंडितजी चर्चेकडे काहीशा गांभीर्याने पाहत होते. शास्त्रीजींची निरागस विनोदी, पण स्थिरबुद्धी पाहून पंडितजींच्या गालावर स्मितहास्याची कळी उमलल्यावाचून राहिली नाही. ते म्हणाले,

"शास्त्रीजी, मी तुम्हाला बिनखात्याचा मंत्री करणार आहे."

''बिनखात्याचा मंत्री? म्हणजे जो मंत्री गैरहजर असेल त्याच्या खुर्चीवर बसायचं.''

''अहो शास्त्रीजी, ही काय विनोद करण्याची वेळ आहे? बिनखात्याचा मंत्री म्हणजे सर्व खात्यांचा मंत्री.''

''आलं लक्षात. कॉलेजमधल्या प्राध्यापकाचं एक वाक्य आठवलं, 'To underline everything is to underline nothing.''

''माझी प्रकृती केव्हा बिघडेल नेम नाही. निष्ठावान, विश्वासू आणि गरिबांचा कैवारी, कार्यक्षम कार्यकर्ता तुमच्याशिवाय मला दुसरा दिसत नाही. सर्व फाइल्स - सर्व खात्यांच्या - तुम्ही चाळायच्या. कोपऱ्यात सही करायची. तुमची सही दिसली की डोळे झाकून सही करणार.''

''ठीक आहे. तुम्हाला विश्रांतीची गरज आहे. तुमचं काम मी करीन. महत्त्वाच्या निर्णयात तुमचा सल्ला मात्र घेईन.''

शास्त्रीजींची कबुली ऐकून पंडितजींचा जीव भांड्यात पडला.

बिनखात्याचा मंत्री म्हणून शास्त्रींचा शपथविधी उरकण्यात आला. शास्त्रीजींच्या कामाची तड आणि अचूक निर्णयशक्ती पाहून पंडितजी खूष झाले आणि म्हणाले,

''जसा गांधीजींना मी, तसे तुम्ही मला. टिळक म्हणाले, गांधीजींच्या हाती देश सुरक्षित आहे. गांधीजी म्हणाले, माझ्या हाती देश सुरक्षित आहे; आणि आता मी म्हणतो की देश तुमच्या हाती सुरक्षित आहे.''

शास्त्रीजी ओशाळून म्हणाले,

''कुठं तुम्ही आणि कुठं मी?''

''गांधीजींच्या बाबतीत मी असंच म्हणत होतो. 'कुठं गांधीजी आणि कुठं मी?' प्रचंड कामं करायला घेतली आहेत. त्याहून प्रचंड कामं हाती घ्यायची आहेत. गरिबी हटवायची आहे. इतकंच नव्हे, तर गरिबाला संपन्न करायचं आहे. केवळ आर्थिकदृष्ट्या नव्हे; तर सांस्कृतिक दृष्ट्यासुद्धा.''

''यथाशक्ती मी काम करीन. खारीइतकं का असेना.''

''खारीनं काय केलं त्याहून कोणत्या भावनेनं केलं, याला महत्त्व आहे.''

''भारतासारख्या कुटिल आणि जटिल समस्यांनी ग्रासलेल्या देशाचं सतरा वर्षं समर्थ नेतृत्व तुम्ही केलंत. तुम्ही कार्य केलंत ते देशासाठी. तुमच्या प्रत्येक श्वासात भारताचं भलं करण्याची इच्छा आहे. घटनेनं पंतप्रधान होण्याच्या आधीच तुम्ही लोकांच्या हृदयावर विराजमान झाला आहात. माझ्या कार्यानं तुम्हाला विश्रांतीबरोबर सुखशांतीही मिळावी,

अशी माझी इच्छा आहे.''

पंडितजी उठले. शास्त्रीजीही उठले. शास्त्रीजींच्या खांद्यावर हात टाकीत खोलीबाहेर येताना पंडितजी म्हणाले,

''माझी चिंता मिटली. आजची आणि उद्याची!''

ooo

काँग्रेस अधिवेशनाच्या व्यासपीठाकडे जाता जाता पंडितजींनी मंडपाबाहेर आपले बूट काढून ठेवले आणि ते आत गेले. सभा संपली. पंडितजी एका स्वयंसेवकाला म्हणाले,

''मंडपाबाहेर मी बूट काढून ठेवले आहेत तेवढे घेऊन येतोस का?''

पंडितजींचे बूट आणण्यासाठी एक नव्हे तर दोन-तीन स्वयंसेवक धावले.

ते निराश होऊन परतले. त्यांच्यातला एक जण म्हणाला,

''पंडितजी, तुमचे बूट तिथं नाहीत.''

''कुणीतरी चोरून नेले असावेत.'' दुसरा स्वयंसेवक उद्गारला.

पंडितजींचे बूट चोरीला गेल्याची बातमी सभामंडपात पसरायला वेळ लागला नाही. ही चोरीची गोष्ट माईकवरून जाहीर करण्यात आली. पंडितजी म्हणाले,

''कृपया, चोरानं माझे बूट आणून द्यावेत. मी त्याला चांगले बक्षीस देईन.''

पाच मिनिटांत एक खादीधारी रांगडा कामकरी पुढे आला. आपल्या पिशवीतून ते बूट काढून त्याने पंडितजींना दिले. पंडितजी म्हणाले,

''भल्या गृहस्था, तू माझे बूट का चोरलेस?''

''आपण थोर पुढारी. सारं जग आपणाला मानतं, आपली एखादी वस्तू माझ्यापाशी असावी असं मला वाटलं आणि मला मोह आवरला नाही.''

''तुझ्या प्रामाणिकपणाबद्दल मी तुला क्षमा करतो.''

स्वयंसेवकाला पंडितजी म्हणाले, ''याला कुणी काही शिक्षा करायची नाही किंवा बोलायचं नाही; कारण हा प्रामाणिक आहे.''

स्वयंसेवकांनी पंडितजींच्या दिलदार स्वभावाची मनात तारीफ केली.

तो 'चोर' तिथेच उभा होता. पंडितजी म्हणाले,

''असा उभा का राहिला आहेस? जा ना.''

''बूट आणून देणाऱ्याला तुम्ही बक्षीस देण्याचं जाहीर केलं होतं.''

हसत पंडितजी म्हणाले,

"मग तुला काय बक्षीस हवं?"

'आपले हे बूट.'

"पण हे तुझ्या पायाला येणार नाहीत. मग हे तू कशासाठी मागतोस?"

"पूजेसाठी साहेब, मी चांभार आहे. कष्ट करून मी खातो. पोटापुरतं मला मिळतं. तुमच्या बुटांना हार घातलेला माझ्या दुकानात लोकांना दिसेल. मग गिऱ्हाइकांची गर्दीच गर्दी होईल."

"तुला खूप पैसा मिळेल नाही? मग त्याचं काय करशील?"

"पोटापुरतं खाऊन गांधीबाबांच्या हरिजन फंडाला मी देईन. गांधीबाबा जर हरिजनांना विसरत नाहीत तर आम्ही हरिजनांनी आमच्या बांधवांना विसरून कसं चालेलं?"

त्याचा खुलासा ऐकून श्रोते अवाक झाले. पंडितजींनी त्याची पाठ थोपटली आणि आपले बूट त्याला दान देऊन टाकले.

ooo